முத்தாரம்

கலைஞர் மு. கருணாநிதி

Title: Muthaaram

Author: M. Karunanidhi

Language: Tamil

First Published on: 1954

Year of Publication: 2024

Book Format: Paperback

*Page Size: 6inch * 9inch*

Category: Poetry

Subject: Poetry

No. of pages: 44

ISBN: 978-81-984140-3-8

Published by: Nilan Publishers, Madurai, Tamilnadu, India

பொருளடக்கம்

குறிப்புகளுக்காக

பதிப்புரை

முத்தாரத்தில் இடம் பெற்றுள்ள தலைப்புகளில் புதுமை எதுவுமில்லை. இத்தகைய தலைப்பு களிலே வர்ணனைகள் கருத்துரைகள் பல அறிஞர்கள் இதய ஓடையிலே மலர்ந்துள்ளன. ஆனால் கலைஞர் கருணாநிதி தமக்கே இயல்பான தமிழோட்டத்தால் அவைகட்குப் புதிய அழகு தந்துள்ளார். எழிலே உருவான தாஜ்மஹாலுக்கு எத்தனையோ கோணங்களில் நிழற்படங் கள் உள்ளன். அவைகளில் கவர்ச்சி மிக்கவை சிலதான்! 'அந்த சிலவற்றிலே ஒன்று இந்த முத்தாரம் என்பதை தமிழகம், தீர்ப்பாக வழங்கும் என்ற நம்பிக்கை எமக்குண்டு.

சிந்தித்திட எழுதிட - கருணாவிற்கு ஓய்வே யிருப்பதில்லை. இயக்கவேலைகளில் இடையறாது பணியாற்றும் அவரை சிறையிலே பூட்டி அவர் பணியைத் தடுத்திட முயன்றனர் அரசியலார்.

ஆனால், அவர் எதிர்ப்பையும் சாதகமாக்கிக் கொண்டு. இந்த எழிலேட்டைத் தமிழ் பூமிக்கு வழங்குகிறார்.

கவிதை மணங்கமழும் - முற்றிலும் புது முறை உரை நடை ஓவியத்தைத் தீட்டிக் காட்டும் கலைஞருக்கு எமது நன்றியை உங்கள் சார்பாக தெரிவித்துக் கொள்கிறோம்.

பதிப்பகத்தார்.

முன்னுரை

'முத்தாரம்' என் சிறைவாழ்வின் விளைவு. ஆரத்தில் நகை முழக்கும் முத்துக்கள், நாட்டுநிலை - சமுதாய நிலை இன்ன பிறவற்றை புதிய முறையில் எடுத்துச் சொல்லும் ஆற்றல் பெற்றவையெனக் கருதுகிறேன்.

அறிவுலகம் வாழ்த்து பாடி ஊக்க மூட்ட வேண்டுகிறேன். முத்துக்களை மாலையாக்கிய நண்பர் முத்துவுக்கு நன்றி!

திருச்சி மத்திய சிறை
20-11-'53

மு. கருணாநிதி

பிறையே

பிறையே! வானக் கடலலையின் நுரையே! பலகணி வழியே சிறைக்குள் எட்டிப் பார்த்து என்ன சிரிக்கிறாய்?

'கைதியே என்று என்னை நீ கூப்பிடு வது என் காதில் விழுகிறது. நீ மாத்திரம் என்ன; சுதந்திரத் தேரில் ஏறியா சுற்றி வருகிறாய். கிழித்த கோட்டைத் தாண்டாமல், விழித்த கண்ணை மூடாமல் சிறைச் சாலைக் காவலனைப் போல நடந்துபோகத் தானே உனக்கு உரிமையிருக்கிறது.

சிறைக் கோட்டைக்கு வெளியே தவித்து நிற்கும் காதலியிடம் தாவிட முடியாது என்னால். உனக்கென்ன வாழ்கிறதாம்; உன் கோட்டுக்கு அப்பால் கண் சிமிட்டும் நட்சத்திர சீமாட்டிகளை கைநீட்டித் தொட முடியாது உன்னாலும்!

நானும் கைதி ! நீயும் கைதி!

வெளியுலகிலே எனக்கு இருட்டடிப்பு உண்டு. உனக்குந்தான் உண்டு, மாதம் ஒரு முறை அமாவாசை. என்னை சரியாகப் பிரகாசிக்க விடமாட்டார்கள் - என் முழு ஒளியைத் தந்திரத்தால் மறைப்பார்கள். உனக்கென்ன வாழ்கிறது; உன்னைச் சுற்றி மேகங்கள்-என்னைச் சுற்றிப் பகைவர்கள்.

நானும் கைதி! நீயும் கைதி!

நானாவது விடுதலை பெறுவேன், என் நாட்டோடு சேர்ந்து. உனக்கு விடுதலையே கிடையாது--உன் வட்டமிடும் வாழ்வில் மாறுதலே கிடையாது.

பிறையே! வானத்துப் படகே! என் வண்ணக் கலாப மயிலைக் கொஞ்சம் சுமந்துவாயேன். என்னை எண்ணியபடி ஏங்கிக்கிடக்கும் என் சுந்தரியை எடுத்து வாயேன். பலகணி வழியே அவளைப் பார்த்து பரவசமடைகிறேன் ! என் விடுதலை தேவியை அழைத்துவாயேன்.

உன்னிடம் சொல்கிறேனே; உன்னால் எப்படி முடியும் - நீதான் கிழித்த கோட் டைத் தாண்டிச் செல்ல முடியாதே!

நீயும் கைதி! நானும் கைதி!

ஆடிக் காற்று

சீறியடிக்கும் ஆடிக்காற்றே! யாரைப் பயமுறுத்துகிறாய். சிம்மாசனம் ஏறியிருப் போரின் சினத்தை விடப் பெரியதோ உன் சினம்! அதையே அனுபவித்தவன் நான். உற்றார், உறவினர், மனைவி, மக்கள், தாய், தந்தை, நண்பர், யாரும் என்னுடன் இருக்கக் கூடாது என்று தடை போட்டவர்கள், உன்னை மாத்திரம் உள்ளே அனுப்பி வைத்த ரகசியந்தான் என்ன! வெளியிலே அவர்களின் வெறி பிடித்த தர்பாரை நான் காண முடியாது என்பதற்காக உன் உருவிலே அந்தத் தர்பாரை எனக்குக் காட்டுகிறார்களா என்ன!

ஆடிக்காற்றே! மரங்களை ஏன் இப்படி ஆட்டிவைக்கிறாய்? மந்திரவாதி பேயாட்டி வைப்பது போல ஏன் ஆட்டிவைக்கிறாய்?

மந்திரிமார்கள் மக்களை ஆட்டிவைப்பது போல ஏன் ஆட்டிவைக்கிறாய்? ஏன் வாட்டி வளைக்கிறாய்? என்ன குற்றம் செய்தன அந்த மரங்கள்? செழித்தது தவறா? சீர் தந்தது தவறா? மறுமலர்ச்சி பெற்றது தவறா? மணந்தரும் பூக்களை, கிளைக் கொண்டைகளில் சூட்டி நின்று சௌந்தர்ய மோகினிகளாய்க் காட்சி தந்தது தவறா? எது தவறு ! ஏன் தண்டிக்கிறாய்? ஆடிக்காற்றே! அந்தக் காரணத்தைச் சொல்! சொல்ல மாட்டாய்! உன்னைப் போன்ற அரசாங்கமும்

எங்களுக்குக் கார ணம் சொல்லவில்லை! ஆடிக்காற்றே!
மண்ணை அள்ளிக் கண்ணில் போட்டால்
பயந்து விடுவோமா? கண்ணீர்ப் புகை பிரயோகத்தை விட
கடுமையானதா உன் கைகள் வாரியிறைக்கும் மணல் துளிகள்!
மதில் தாண்டிவந்து மந்திபோல் குதிக்கும் ஆடிக்காற்றே!
சிறைச்சாலைக்கு வந்த பிறகுமா என்னை நீ சித்திரவதை
செய்ய முயலவேண்டும் ! என்ன ; பதில் பேசாமல் பயங்கர
மூச்சு விடுகிறாய்?

சர்வாதிகாரிகள் உன்னைப் போலத் தான் அகோர இரைச்சல்
போட்டார்கள். அராஜக வெறியாட்டம் நடத்தினார்கள்.

அவர்களும் நீயும் ஒரே ரகம். அந்த உண்மையை ஊளைத்
தொனியில் பாடிக் காட்டும் ஆடிக்காற்றே ! பொறு! பொறு!
ஆடி ஓய்ந்ததும் அடங்கிவிடுவாய். அடங்கிய பிறகு,
உன்னைப்போல ஆட்டம் போட்ட அரசாங்க நண்பனை -
அந்தரங்கத் தோழனை சந்திக்கப் போவாய்! அய்யோ பாவம்;
அப்போது அவன் உனக்கு முன்னே பொந்துக்குள்
போயிருப்பான் !

போ போ, மண்ணை வாரி இறைத்துப் போ!

பச்சைக் கிளி

சுரைக்காய்ப் பிஞ்சின் தலையில் மிளகாய்ப் பழத்தைச் செருகி இடையில் மல்லிகை இலைகள் சிறகாய்ப் பின்புறம் தாழை மடலை வைத்தால்; பச்சைக் கிளியே! உன்போல் படைப்பு! உன்போல் படைப்பு! வட்டத் தலையே! சிவப்பு மூக்கே ! சின்ன இறகே! நீண்ட வாலே! கன்னற் கிளியே சொன்னது பிசகா? வர்ணனை கேட்டு வாழ்த்த மறுப்பாய். புகழ்ச்சொல் கேட்டும் போற்றிட மாட்டாய். காரணம் அறிவேன் சின்னக் கிளியே! கூண்டில் உன்னைப் போட்டதனாலே தூண்டிற் புழுவாய்த் துடிக்கிறாய் நீயும் சிறையில் உன்னை அடைத்து மகிழ்ந்தேன் இன்று தெரிந்தேன்.
சிறைமிகக் கொடிது! சிறைமிகக் கொடிது!

மன்னித் திடுவாய் மன்னித் திடுவாய்! பொன்மொழிப் பாவாய் மன்னித் திடுவாய்!

என்சிறை முடிந்ததும் உன்சிறை உடைப்பேன். சிறையின் கஷ்டம் சிறையால் உணர்ந்தேன். அடிமைப் புள்ளே! அழகுக் கிள்ளாய்! அனுபவம் பெற்றேன்-அனுபவம் பெற்றேன். வந்ததும் தருவேன் விடுதலை வாழ்வு. பறப்பாய், பறப்பாய், உயரப் பறப்பாய்! கட்டிய கால்கள் விடுபடும் உடனே எட்டிய மட்டும் ஏறிப் பறப்பாய்! எழில்நிறப் பெண்ணே எங்கும் பறப்பாய்! கூண்டினில் உன்னை அடைத்தேன் கிளியே ! மன்னித்து விடுக! கூண்டின் கஷ்டம் புரிந்து கொண்டேன்.

கூண்டின் கஷ்டம் புரிந்து கொண்டதால் கூண்டுக் கிளியுனைத் திறந்து விடுவேன். ஆனால் கிளியே கூண்டின் கஷ்டம் புரிந்தோர் இங்கு ஆண்டிட வந்தார் மாண்டிட எம்மைக் கூண்டினில் போட்டார் ஏனோ கிளியே ? ஏனோ கிளியே ? பதிலும் சொல்வாய் பச்சைக் கிளியே! உன்னைநான் அடைத்ததால் என்னை அடைத்தார் என்றே சொல்வாய். நன்று கிளியே ;

நீ யாரை அடைத்ததால் நானுன்னை அடைத்தேனோ?

புகழ்

புகழே! நீ ஒரு கணிகை கால் கடுக்க உன்னைத் தேடி அலைபவர்களிடம் காசு பெற்று காதல் வழங்குகிறாய்.

புகழே! நீ ஒரு சந்திரமண்டலம். உன்னை அடையும் முயற்சியில் பல மேதைகள் இன்னும் வெற்றி பெற முடிய வில்லை.

புகழே! நீ இமயத்தின் உச்சி. இடைவிடா முயற்சியால் உன்னைச் சிலர் பிடித்து விடுவார்கள்.

புகழே! நீ ஒரு பனிக்கட்டி. உன்னைக் கைக்குள்ளேயே வைத்துக் கெட்டி யாகப் பிடித்திருந்தாலும் நீராகக் கரைந்து மறைந்து விடுகிறாய்.

புகழே! நீ ஒரு மதுக்கலயம். உன்பால்
வீழ்ந்த ஈக்கள் எழுந்ததேயில்லை. புகழே! நீ நிழல் உன்னைப் பற்றிக் கவலைப் படாதவர்களைத் தொடர்ந்து கொண்டேயிருப்பாய்.

புகழே! நீ ஒரு புதிர்! உன்னைப் பற்றி விளக்கவே என்னால் முடியாது!

கருப்புப் பெண்

வா, இரவே வா ! எழிலாடும் கருப்புப் பெண்ணே வா ! நீ அழகி - பேரழகி. கருப்புப் பெண்ணை நான் நான் விரும்புகிறேன். நேசிக்கிறேன். ஆனால் எனக்குக் கல்யாணமாகி விட்டதே ! அதனால் என்ன ; களங்கமற்ற உள்ளத்தோடு உன் அழகை வர்ணிப்பது குற்றமா என்ன. மரகத மங்கையே ! காரிருள் காதலியே' என்று உன்னைக் கூப்பிட்டால் கடிந்துகொள்; நியாயம். தோழியே என்று அழைப்பதில் தோஷமில்லை யென்று நானே முடிவுகட்டிவிட்டேன்.

இரவுப் பெண்ணே! இப்படி வா! உட் கார்! உட்கார்ந்தாயா, சரி மகிழ்ச்சி! கருப்புப் பெண்ணை நான் விரும்புகிறேன். காரணம் தெரியுமா? கருப்புப் பெண் சிரித்தால்தான் முத்துப் பற்களுக்கு முதலிடம் கிடைக்கிறது. பெண்ணின் அழகே கண்ணில் தானே. கருப்பு மேனியில் வெள்ளை விழி. ஆகா, என்ன கவர்ச்சி! என்ன கவர்ச்சி !

நீயும் கருப்பாயிருந்து சிரிப்பதால் தான் உன் நட்சத்திரப் பற்களின் வைர ஒளியை வையம் புகழ்கிறது. நீ சிரிக்கிறாய்; ஆயிரம் முத்துக்களை அடக்கி வைத்துள்ள சிப்பியைப் பிளந்ததுபோல் இருக்கிறது உன் வாய். பெண்ணே! உன் இருதயத்தின் படபடக்கும் ஒலிகூட என் காதில் விழுகிறது. அவ்வளவு அமைதியா யிருக்கிறாய் நீ. நீ அமைதி அலங்காரி.

ஆனாலும் உன் இருதயம் சாந்தியற்றது. சஞ்சலம் நிறைந்தது. அதன் துடிப்பை உணருகிறேன் நான். உனக்கு ஒரு காதலன் வேண்டும். கள்வர்கள் உன்னைக் காதலிக்கிறார்கள். நீ வெறுக்கிறாய். வேதனைப்படுகிறாய். குடியர்கள் உன் மடியைத் தேடி அலைகிறார்கள். நீயோ குமுறுகிறாய். அதையும் உன் இருதயம் சொல்லத் தவறவில்லை. கனி குலுங்கும் சோலைகளில், காவிரியின் கரைகளில், கட்டித் தழுவும் காதலர்களின் சரச உரையாடல்களைக் கேட்டுக் கேட்டுத் தினவெடுத்த உன் இருதயம் கனத்துப்போய்க் கிடக்கிறது. நீ சிரிக்கிறாய், வெளி உலகுக்கு! ஆனால் உன் இருதயம் அழுவதை என்னால் உணர முடிகிறது. காதலுக்கேற்ற கட்டழகனே கிடையாதா என ஏங்குகிறாய். நானோ கல்யாணமானவன். என் விடுதலை ராணியை வெளியே விட்டுவிட்டு வெந்துகொண் டிருக்கிறேன் வெஞ்சிறைதனிலே!

கவிஞர்கள், அறிஞர்கள், கலைஞர்கள் உன் சுயம்வர மண்டபத்திலே காலை யெடுத்துவைத்து-நீ மாலையெடுத்து வரும் உன் மந்தகாசப் புன்னகை கண்டு, மயக்கமுற்று உலகத்துக்குத் தேவையாக ஏதாவது உளறியபடி விழுந்து விடுகிறார்கள்.

நீ விட்ட கண்ணீர் - தோட்டத்து மலர்களிலே, காட்டகத்துப் பூக்களிலே, பனி நீராகத் தேங்கியிருப்பதை நான் காணாமலில்லை. ஆனாலும் என் செய்வது! ஆறுதலுக்கு வழியிருக்கிறதா என்று நீ பார்க் கிறாய். ஆருயிர்த் தோழிகள்

யாராவது வருவார்களா என்று எதிர்பார்க்கிறாய்...... அவர்களும் வரத்தான் செய்கிறார்கள். ஆனால் அவர்களெல்லாம் உன் நல்ல பண்பின் மறைவிலே நாச நாடகம் நடத் திச் சம்பாதிக்கிறவர்கள். நலிந்துபோன மாதர்கள்.

ஆமாம்; உன் சகோதரன் சந்திரன், வெண்துகில் ஒன்று கொடுத்தானே; அதை யார் பிடுங்கிக் கொண்டது ! இயற்கையாண்டிதானே! அப்பப்பா!

அவன் ஒரு "மாயக் கண்ணன்'. உன் சேலையைத் திருடுவதிலே அவனுக்கு ஒரு திருப்தி. திருட்டுப்பயல். அவனைத்தான் உனக்கு அறவே பிடிக்காதே.

பிறகு எப்படித்தான் உனக்குத் திருமணமாவது. கருப்புப் பெண்ணே!இரவு நங்கையே! என் கவலையெல்லாம் உன் கல்யாணத்தைப் பற்றித்தான் - ஏன், முகம் வெளுக்கிறது உனக்கு! நேரமாகி விட்டதென்றா, சோகம் தாங்காமலா? விரகதாபம் மேலிட்டா? இரு, இரு, அதோ வந்துவிட்டான் என் நண்பன். உனக்கேற்ற காதலன். அவனைத் தெரியுமா உனக்கு; காலை யெனும் கட்டழகன் அவன் தான். உங்கள் கல்யாணத்தை இப்போதே முடிவு செய்து விடுவோம். கருப்புப் பெண்ணுக்கும் காலைக்கும் கல்யாணமாம்; அதற்குப் பெயர் கருக்கலாம்.

அடேடே! எங்கே ஓடுகிறாய்-இரவுத் தோழியே;

இளமைமாறா நங்கையே! இரு இரு, காதலனைக் கண்டதும்

அவ்வளவு வெட்கமா உனக்கு! சரி, சரி போ !

அகப்பை சித்தர்

கையினிலே தட்டேந்தி சோர்ந்து நிற்கும் என்னைப் பார்த்து கைதிக்காவலன் மொண்டு ஊற்றும் சோளக்கஞ்சி கல கலவென சிரிக்கிறது. "கட்டுண்ட திரா விடத்தை மீட்கப் போராடி, இன்று தட்டுடனே நிற்கும் தம்பிமாரே! கஞ்சியெனைக் கண்டு கலங்குவதேனோ" என்று கேட்கிறது. அகப்பைக்குள்ளிருந்து ! இந்த அகப்பை சித்தரின் பேச்சிலும் அர்த்தமிருக்கிறது. புதிய தெம்புள்ள கருத்துமிருக்கிறது. இந்த சித்தரின் சூடான நாக்கு, எவ்வளவு குளிர்ச்சியான உண்மைகளைக் கொட்டு கிறது.

"தம்பீ ! குளிர் தருவிலே யிருந்த நீ, கொஞ்சம் கோடையையும் அனுபவித்துப் பார்! வெடித்த வயல்களுக்கு நீர் பாய்ச்சுகிறவனின் சிரமமும், மாட்டு மந்தையை ஒழுங்காக மேய்த்துச் செல்ல ஓடியாடும் மாட்டுக்காரப் பையனின் கஷ்டமும், காலிலே சணல் சாக்கைச் சுற்றிக்கொண்டு அதை வாழை நாரினால் கட்டி, தலையிலே காய்கறிக் கூடையுடன் கிராமாந்திர சுடு மணலில் நடந்து செல்லும் "அன்றாடங் காய்ச்சி" வியாபாரிகள் படும் அல்லலும், ஈன ஜென்மமெடுத்தேன் என் அய்யனே' என்று கரகரக்கும் தொனியில் பாடிக் கொண்டு, சுரைக்காயைக் குடைந்து மூங்கிலைச் செருகி தயாரித்த சுத்த சுதேசித் தம்புராவை மீட்டியபடி ஊராக உருண்டு புரண்டு பிச்சையெடுக்கும் மனிதப் பழுப்புகள் - தளிர்கள் - படும் வேதனையும்,

அப்போது தான் உன் உள்ளத்தைத் தொட முடியும். குளிர் நிழலிலிருந்து கோடைக்கு வா! குற்றாலத்திலிருந்து கொடைக்கானலுக்குப் போகாதே! கோடைக் கனலை கொஞ்சம் ரசித்துப்பார்!

அறு சுவை யுணவையே ஆயுள் பூராவும் நீ அருந்தினால் போதுமா? உன்னைப் பற்றித் தெரிந்து கொண்டால் மட்டும் போதுமா? உன்னைச் சூழ்ந்துள்ள உலகம் மிகப் பெரியது ! கஞ்சியே குடித்து வாழும் ஒரு பெருங் கூட்டம். அதுவுமின்றி வாடும் ஜனக் கோட்டம். அவைகளைப் பற்றி நீ யோசிப்பது எப்போது?

என்ன; சொன்னதைக் கேட்காமல் என்னையே பார்க்கிறாய், தங்க நிறமாயிருக் கிறேனே யென்றா? இல்லை இல்லை - என்னோடு கலந்துள்ள உமிகளைப் பார்க்கிறாய்.

உமிகளும் என் இனந்தான். எனக்கு உறவினர்கள் தான். உன் இனமென்ன லக்ஷணமாயிருக்கிறது; மனிதச் சிறுவனே! உமிகள் உன் சாதியிலும் உண்டு. அவர்களுக்கு உமிகள் என்று பெயரில்லை. முதலாளிகள் என்று பெயர் -ஆண்டைகள் என்று பெயர்-ஆதீனங்கள் என்று பெயர் - அந்தணர் என்று பெயர்-அவதார புருஷர் என்று பெயர்!

உமிகள் உன் இனத்திலும் உண்டு. அவைகளை நீக்கிவிட உன்னால் முடியுமானால்-என்னாலும் முடியும் உமிகளைப் போக்கிவிட ! முயற்சித்துப் பார்!"

அகப்பை சித்தர் பேசிக் கொண்டேயிருந்தார். வரிசையாக நின்ற நானூறுக்கு மேற்பட்ட நண்பர்களின் தொகை தேய்ந்தது. கடைசியாக, நான்; கையிலே தட்டுடன்! எஞ்சிய கஞ்சியார் என் தட்டில் குதித்த படியே " என்ன தம்பீ ! சொன்னது புரிந்ததா? என்று கேட்டார். "உப்பில்லை" என்றேன். உங்கள் மனித ஜாதியின் உடம்பிலுந்தான் சிலருக்கு 'அது' இல்லை என்றார்.

மலையே வாழி

வைரமணி விளக்குகள் ஒளிவிடும் வானப் பந்தலின் கீழே அரியாசனம் வீற் றிருக்கும் பூமி அன்னையின் தலையை அலங் கரிக்கப் பொன்னாலும், பச்சையாலும் இழைக்கப்பட்ட மணிக் கிரீடம் என்பேன் உன்னை! எப்படியெப்படி யெல்லாமோ உன்னை வர்ணிக்கத் தோன்றுகிறது! அப்படி யப்படி யெல்லாம் நீ காட்சி யளிக்கிறாய்.

விண்ணகத்து வெண் முகில்களெல்லாம் கீழே வீழ்ந்து கண்ணுக்கெட்டா உயரம் வளர்ந்தனவோ என்று திகைக்கிறேன், பனியால் நீ உடலை மூடிக்கொண் டிருக்கும் போது!

பனி மலையே! மற்றோர் கற்பனையும் மனதில் தோன்றுகிறது; முகத்தையும் உடலையும் வெண்துகிலால் மூடிக்கொள்ளும் 'கோஷாப் பெண்' ணோ நீ என்று ஐயுறுகிறேன். உனக்கு விடுதலைதர ஒரு 'கமால்' வரமாட்டாரா என்றும் கவலைப்படுகிறேன்.

மலையே! நீ ஒரு பெரிய மகானாம். மங்கையரின் மயக்கு மொழி கேட்டும் மனங் குலையா முனிவர்களுக்கு, அசையாத உன் உறுதியை உவமையாகக் காட்டுகிறார் கள் சிலர். எனக்கல்லவா தெரியும் உன் சேதி! வலுவிலே வந்து உன்

தோளைத் தழுவும் மேகச் சீமாட்டிகளின் மோகத்தைத் தணிப்பதற்காக - நீ உன் குளிர்க் கரத்தை நீட்ட, கரம்பட்ட அந்தக் காரிகைகள் மயங்கி, மேலே செல்ல முடியாமல் மழையாகக் கரைந்து, நதிக் கரங்களால் உன்னைச் சுற்றியணைக்கும் ஆவேசத்தை நானல்லவா நேரே பார்த்தவன். அதற்குப் பிறகுதானே அனைத்தும் துறந்த முனிவர்களும் அந்தப்' பாசத்தைத் துறக்க முடியாது என்று அகிலமதிரக் கூவுகிறேன்.

மலையே! நீ ஒரு அழுத்தக்காரக் காதலன். அதோடு அறிவு நிறைந்த கவிஞன். அதுவும் நன்றி மறவாத கவிஞன். கவிஞன், எழுந்த கருத்தை மக்களிடம் வெளியிடுவான். நீயும் விழுந்த மழையை மாநிலம் செழிக்க வழங்குகிறாய்.

மலையரசா ! நீ வளராவிட்டால்- வைய மெங்கும் உன் அகிலும் தேக்கும் நிறைந்த உயர்ந்த தோள்களை நிமிர்த்தாவிட்டால்- வளமேது? வாழ்வேது? வாழ்க உன் வைரத் தோள்கள்!

பொன்னும் பொருளும் தருவதால் பூமிக்கோர் வள்ளலாய் உலகிற்கு உதவி செய்வதால் பொது நலத்தொண்ட னாய் - புகழேந்தி நிற்கும் புவி மகுடமே ! நீயோர் கலைஞனுங்கூட ! நீ யில்லாவிட் டால் எகிப்து நாட்டு சிற்பங்கள் ஏது? எல்லோரா குகைதான் ஏது? எழிலூட்டும் அஜந்தா உண்டா? சிற்றன்னவாசலின் சிறப்பும், மாமல்ல புரத்து மகிமையும் காணவும் போமோ!

சிறப்பக் குகையாய் சிரிக்கும் மலையே! உன் அகண்ட நெற்றியில் ஜொலிக்கும் கலைகள் எல்லாம் உயர்ந்தவை. உன்னத் மானவை. உலகுக்கு அழகூட்டுபவை.

ஆனால் மலையே! ஒரே குறை ! மூலைக்கு முலை கோடிக்கணக்காய்த் தெய்வம் குவிய மூலப் பொருளாய் நீயே ஆனாய்!

ஆயினும் மனிதனை விட நீ உயர்வு மனிதன் உன் தலையை மிதித்தான் என்றாலும், மனிதனைவிட நீ உயர்வு!

காரணம்:

மனிதனின் மதவாதப்படி

"கடவுள் மலையைப் படைத்தார்! "

அந்த மலையின் துளியால் கடவுளைப் படைக்கிறான் மனிதன்! ஆகவே அந்த மனிதன் தாழ்ந்தவன்.

நாடக மேடை

உறை புகு வேலை என் வாளுக்கில்லை யெனும் உரை தரு வீரன் - அவன் மடி யிலே 'பொறைமலி பூங்கொம்போ' இவள் எனும் அழகுமிழ் ஆரணங்கு !தேனிசை ! தென்பாங்கு ! தென்றலுக்கு வாழ்த்து!

காற்றிலாடும் பசுங்கொடியோ! கற்பனை ஊற்றிலாடும் பைந்தொடியோ! மோவா அரும்போ! பூவார் சோலைப் புது மயிலோ! சிலம்பு குலுங்கிட - சிற்றிடை நடுங்கிட - செந்தமிழ்ப் பண்ணும்,சிங் காரக்கண்ணும் தழுவிட தழுவிட அதைக் காண்போர்க்கு உறுதி நழுவிட, நழுவிட ஆகா- ஆட்டமென்ன சொல்லுவேன்!

மணி முடிவேந்தர் - கனி மொழிக் கவிஞர் ஆடலரசி - பாடும் சரசி - ஏழை - மோழை - எழில்மிகு மண்டபம் - தொழில் நிகழ் சாலை- சோற்றுக்கலைவோர்-சொர்க்கம் தேடிகள் - விடுதலை விருத்தம் -தரு தலை கீதம் - பள்ளுப் பறைகள் பார்ப்பன குலத்தோர்- பலப்பல கண்டேன்! நாடக மேடை!

இத்தனையும் காட்டும் ஈடற்ற கலையே! நாடக மேடையே! நன்றாகச் சொன்னான்; நீயும் உலகமும் ஒன்றென்று ! ஒப்புகிறேன், அதை நான் ! ஆனாலும் ஒன்றே யொன்று! ஆண் பெண் சமத்துவத்தை நீ அணி மணிகளால் காட்டிவிடுகிறாய். ஆணைப் பெண்ணாக! பெண்ணை

ஆணாக ! ஆணிலே பெண்! பெண்ணிலே ஆண் ! உடை மாற்றத்தாலேயே உன்னால் விரட்ட முடிகிறது அந்த பேதத்தை! ஆனால், உள்ள மாற்றத்தால் அந்த பேதத்தை ஓட்டிவிட முடியாமல் உலகம் எவ்வளவு பெரிய மூச்சு விடுகிறது பார் ! ஆகவே நீயும் உலக மும் ஒன்றல்ல.

பறையரையும் - பார்ப்பனராய் ஆக்க முடியும் உன்னால்! பார்ப்பனத்தியையும், பறைச்சியாய் மாற்ற முடியும் உனக்கு!

அந்த சக்தியைப் பெற முடியாமல், சந்தியிலே நிற்கும் இந்த ஜெகமும் நீயும் ஒன்றா? யார் சொன்னது !

தகுதியுடையோரைத்தான் - தார்புனை யும் மன்னனாய் வேடமணியச் செய்வாய் நீ! வேடமணியவே, நீவேந்தனுக்குத் தகுதி பார்ப்பாய்! ஆனால் இந்த உலகம், அறிவு சூன்யங்களை ஆணவ மிலாறுகளை அரசு கட்டிலில் ஏற்றி அழகு பார்க்கிறது! எப்படி நீயும் உலகமும் ஒன்றாக முடியும். ஆனால்-நாடக மேடையே ! ஒரு விஷயத் தில் நீயும் உலகமும் ஒன்றுதான்!

கற்பனை வளமற்றவனெல்லாம் கவி ஞனாக வேடம் கட்ட நீ உரிமை அளிக்கிறாய். தற்கால உலகமும் அந்த உரிமையைத் தாராளமாக அளிக்கிறது, சிலருக்கு!

ஆகையால் நீயும் உலகமும் ஒன்றுதான் !

அவள்

பெண்: அன்புள்ள காதலரே !

ஆண் : யார்?

பெண் : யாரா? தெரியவில்லையா என்னை? ....உங்கள் திருமுகத்தைக் காண எவ்வளவு நேரமாய்க் காத்திருக்கிறேன்.

ஆண்: வராதே என்று எத்தனை முறை சொல்வது?

பெண்: ஏன்... என்னைப் பிடிக்கவில்லையா?

ஆண்: ஆமாம்!

பெண்: உமக்கென்ன பைத்யமா! நேற்று இரவெல்லாம் என்னை ஆரத்தழுவிய படி கிடந்தீரே...

ஆண்: அதற்கென்ன இப்போது நான் அழைத்தால் வா-போ!

பெண் : சரிதான். தேவைப்பட்டால் வர வேண்டிய தேவமாதுவா நான் !

ஆண்: தேவாமிர்தமாயிரேன் -இப்போது தேவையில்லை.

பெண் : அந்த அமிர்தத்தையும் தோற் கடிக்கும் என்றீர் என் அதரபானம்! கற்பனைகள் ஊறுகின்றன என்றீர் என் கன்னத்தைத் தடவியபடியே! காவிய மாளிகை எழுகின்றது எனக் கதைத்தீர் என் காந்தள் விரல்களை ஸ்பரிசித்தபடியே ! கவிதை மழை கொட்டுகிறது எனப் போதை மொழியில் புகன்றீர்—கருத்துக் குவியலே! எண்ணப் புதையலே! கனியே! தேனே! வா வா என் வாயார அழைத்து, அணைத்து, அமளியில் குலவினீர்! வேயமாடத்தில் ஓயா இன்பம் பெறுவோம் என்றீர்! வேணுகானமோ - வீணை நாதமோ-என்று வர்ணித்தீர். அப்படியெல்லாம் புகழாரங்கள் பூட்டிய நீரா இன்று

அதிகாரத்துடன் விரட்டுகிறீர். காதலரே........ எல்லாம் கட்டிலறைப் பேச்சுத்தானா?

ஆண் : கட்டிலறைக்கா வந்திருக்கிறாய்; கண் உதிர்ந்தவளே! நன்றாகப்பார்.... இது கட்டிலறையா? காராக்கிரகத்தின் காவலறையடி !

பெண் : ஆமாம் - இந்த அறையில் என்னைத் தவிர உமக்கு இன்பமான பொருள் எது துரையே!-வாரும், சினங் கொண்ட பாம்புகள் போலப் பின்னிக் கொள்வோம்.... ஏன் தயக்கம்?

ஆண்: .... பேசாதே!

பெண் : கனியே வருகிறது - சுவைத்திட மறுக்கிறீர். மலரே வருகிறது நுகர்ந்திடேன் என்கிறீர். இன்பமே வருகிறது - எட்டிநில் என்கிறீர். நீர் அதிசயமான கிள்ளை - புதுமையான வண்டு -விசித்திரமான மனிதர்.

ஆண் : இப்போது நீ என்னதான் சொல்லுகிறாய் -

பெண் : எதைச் சொன்னால் நீர் ஆசையோடு கேட்பீர்?........ சங்கீத மொழி பேசும் உம் குழந்தைச் செல்வங்கள், "அப்பா எப்பவரும் ஆத்தா?" என்று உமது தாயாரிடம் சிணுங்கி அழுவார் களே; அதைச் சொல்லவா?

ஆண்: அய்யோ போதும் நிறுத்து!

பெண் : தலையணையைக் கண்ணீரால் குளிப்பாட்டும் உம் மனைவியின் நிலையைச் சொல்லவா ? அதைக் கேட் பீரா??

ஆண்: வேண்டாமடி வேண்டாம்!

பெண்: பிறகென்ன பழைய நினைவுகளைச் சொல்லட்டுமா? உமது முதல் மனைவி "கடைசியாகத் துடிக்கும் என் உதட்டில் ஒரு முத்தங் கொடுங் களத்தான்" என்று கேட்பதற்குமுன் பெற்றுக் கொண்டாளே.... அதை...

ஆண்: அய்யோ.. வேண்டாம் நீ போயேன் !

பெண் : உமது குடும்பத்தார் -தாய், மனைவி, சகோதரிகள் .... குழந்தைகள் உழுவலன்பு பூண்ட நண்பர்கள்.... உமது நலமே தன்னலமாய்க் கொண்டிருந்த தந்தை....

ஆண்: சொன்னால் கேள்! போதும் நிறுத்து!

பெண் : இதெல்லாம் பிடிக்காவிட்டால் உமக்கு மிகவும் இனிப்பான சேதி சொல்லுகிறேன்; இந்த நாடு இருக் கிறதே- இது ஒரு அடிமை பூமி. இதை விடுவிக்க உண்மையான தொண்டர்களும், நேர்மையான தலைவர்களும் எத்தனைபேர் வேண்டும் தெரியுமா?

ஆண்: அய்யோ-என்னை விடேன்-

பெண்: முடியாது - இந்த முத்தங்களைப் பெற்றுக்கொள்ளும்.

ஆண்: விடு என்னை - உன் கரம் அக்கினிக் கட்டையா யிருக்கிறது ! உன் முத்தம் முள்ளாகக் குத்துகிறது.

பெண்: நேற்று?

ஆண்: அதை மறந்துவிட்டேன்.

பெண்: போனவாரம்?

ஆண்: அதையும் மறந்துவிட்டேன்.

பெண்: போன மாதம்....?

ஆண்: எல்லாவற்றையுந்தான்! தயவு செய்து நீயும் மறந்து தொலை போ!

பெண்: அய்யா கோவலரே! நாம் இருவரும் மறந்துவிடலாம். ஆனால் என் வயிற்றிலே வளரும் ஓவியத்தை யார் மறப்பது! அது நம் உறவை வெளியிலே சொல்லித்தான் தீரும். பல இரவுகள்-பல பகல்கள் நாம் பாடிய காதல் கீதத்தின் அற்புதமான அடையாளம் அடியாளின் வயிற்றில் வளருகிறது கண்ணாளரே! மறக்கமுடியாது அதை! மறுக்கவும் முடியாது நீர்! உலகம் சொல்லத்தான் போகிறது அந்த உண்மையை!

எந்த வசதியும் நுழையக் கூடா தென்று தடைபோட்டுள்ள சிறைச் சாலைக்குள்ளே உம்மிடம் ஒரு பெண் மட்டும் ரகசியமாக வந்துபோன விஷ யம், ஒருநாள் அம்பலத்திற்கு வரத் தான் போகிறது! - "நமக்குப் பிறக்கப் போகும் குழந்தை " உம்மைப் பார்த்து " அப்பா அப்பா' என் அழைக்கத்தான் போகிறது. அப்போது ஊரார் கேட்பர்; குழந்தையின் தாய் யாரென்று! நீரும் சொல்லுவீர்; தனிமை யென்னும் தங்கக் கொடி பெற்ற தளிர்க்கொடி இதுவென்று!

ஆண்; சரி - சொன்னால் சொல்லுகிறேன்- நீ போ !

பெண்: உண்மையைச் சொல்லும்! என்னைப் பிடிக்க வில்லையா?-

ஆண்: உண்மையைச் சொல்லுகிறேன்- தெவிட்டுகிறது - சற்று விலகியிரு !

பெண் : முடியவே முடியாது!-

ஆண்: நான் போகிறேன்.

பெண். எங்கே போகிறீர்.... சிறைக் கதவு வெளியே பூட்டியிருக்கிறது. கவன மிருக்கட்டும்.

ஆண்: தூங்கப் போகிறேன்.

பெண்: சரி - என் மடியில் சாய்ந்தபடி தூங்கும்.

ஆண்: அடா அடா அடா !........

பெண் : ஹி ஹி ஹி .... வெற்றி ! வெற்றி !.

தளிர்

அரும்பு பொதியவிழா மல்லிகையைப் பார்த்தால் - ஆகா - எத்துணை இன்பமா யிருக்கிறது. வயலிலே நாற்று! வண்ணப் பொய்கையிலே மீன் குஞ்சு! காட்டிலே மான் குட்டி - வீட்டிலே குழந்தை! குழந்தாய் ! நீ ஈறுகாட்டி இளஞ்சிரிப்பு காட்டும் இன்பப் புதையல்! ஜீவ ஆறு காட்டும் எழில்! தூண்டாவிளக்கு ! மூன்றாம் பிறை ! செல்வத்துட் செல்வம் ! செழும் பொன் செந்தேன் ! சங்கத் தமிழ் !

உதைத்த காலுக்கு முத்தமும், உமிழ்ந்த வாய்க்கு சர்க்கரையும் உன்னைத் தவிர வேறு யாரால் பெறமுடியும். சிரிப் பாய், அதன் விலை ஜெகம் பெறும். அழுவாய் - அதையடக்க கவிஞர்களின் எழுத்தாணி முனைகள் அள்ளிக் கொட்டியிருக்கும் காவியங்கள் - அப்பப்பா - உயிர் ஓவியங்கள்.

அண்ணன், தம்பி, அப்பா, அம்மா, ஆளன் அனைவரையும் வெறுத்து ஆயுளை முடித்துக்கொள்ள விரும்பிய எத்தனையோ பெண்மணிகளை, மடியிலிருந்து பார்த்தும், கருவிலிருந்து பேசியும், சாவிலிருந்து மீட்டிருக்கிறாய் நீ!

குழலையும் யாழையும் வெல்லுவாய் என்ற குறளையும் வெல்லும் உனது மழலை மொழி.

தென்றலிலே உன் அசைவைக் காண்பதோ - உன் அசைவிலே தென்றலைக் காண்பதோ என்று கவிபுனைவோர் தத்தளிப்பது எனக்குத் தெரிகிறது!

கொட்டும் வறுமை - குட்டும் அதி காரம்-இவைகளால் கெட்டுப்போன குடும் பங்கள் கூட உன் பட்டுப்போன்ற பாதங் களைத் தொட்டு பரவச மடைவதை நான் கண்டதுண்டு.

இளங் குளிரே!
எழுங் கதிரே!
வளர் தளிரே!

நல்ல மனத்திற்கு குழந்தை மனத்தைத்தான் ஒப்பிடுகிறார்கள். உன் மனம் உயர்வானது. மாசற்றது. அது மாணிக்கத் தின் ஜோதி. பேதங்களில்லை பிரிவுக ளில்லை - பிளவுகளில்லை - வளைவுகளில்லை- பாசி இல்லை - பயமுமில்லை. அதோடு ஒன்று குழந்தாய்!

உனக்குக் கடவுள் என்ற எண்ணமுமில்லை. நீயும் நாத்தீகவாதி. நல்ல மனத்திற்கு குழந்தை மனம் என்று பெயர்.
ஆகையால் நாத்தீகர் நல்ல மனம் படைத் தவர்.
நல்ல மனம் படைத்தவர் நாத்தீகர்.

" அல்ல. அல்ல! நல்லது கெட்டது தெரியாக் குழந்தை ---
அறிவு தெளியாப் பருவம் அரவத்தோடு விளையாடும் காலம்

- ஆகையால் ஆண்டவன் சிந்தனை கிடையாது. வளர்ந்த மனிதன், நல்லது கெட்டது புரிந்தவன். பாம்பை நஞ்சென அறிந்தவன். அவன் சிந்தனைக்குக் கடவுள் தெரிகிறார் " என்று வாதிடுவோரை நான்றிவேன் கண்ணே!

நீ நாகத்தோடு விளையாடுவது போலத் தான் பெரியவர்கள் நாசத்தோடு விளையாடுகிறார்கள் - அவர்கள் ஆண்டவனை வணங்குகிறார்கள். வாழ்த்துகிறார்கள். ஏத்திப் பாடுகிறார்கள்! அவர்கள் அறிவு தெளிந்தவர்கள் என்றா அர்த்தம்! பாம்பொடு விளை யாடும் பண்பில் நீயும் அவர்களும் ஒன்று தானே குழந்தாய்!

பாம்பு-" பாபம் "
பாம்பு - பாலப் பருவத்தில்!
'பாபம்' - வளர்ந்த மனிதனுக்கு!

அவர்களுக்கு மாத்திரம் ஆண்டவன் எப்படி வந்து குதித்தான்?
காரணம் கண்டுபிடித்து விட்டேன்,
என் கட்டாணி முத்தே !
நீ - நல்ல மனம் படைத்த தளிர்.
பெரியவர் - நல்ல மனம் படைத்த இலை.
நீ விளையாடுவது பாம்போடு! அவர் விளையாடுவது "பாபச்' செயலோடு!
ஆனால்
நீ யாரையும் கெடுப்பதில்லை-அதனால் தான் உனக்குக் கடவுள் அவசியமுமில்லை.

கடலே

கதிர் விழுங்கி - மதி உமிழும் கடலே! நில மடந்தைக் கெழிலூட்டும் நீல உடை யே! ஜகப் பெண்ணாளின் சந்தன மேனி யில் சலசல வெனப் பறந்தாடும் சல்லாத் துணி நீ ! பச்சைச் சிசுவின் பவள உதட்டிலே வழிந்து நிற்கும் பால்! கரையில் நீ உமிழும் நுரை! இரண்டும் ஒன்று! அசைந்தாடும் அழகு உதிர் அலைக் கரங் களால் அருமையான சங்குகளை நீ அள்ளி இறைப்பது; செங்கரும்புச் சிறுகைகளால் குழந்தைகள் செய்யும் இன்ப விஷமத்தை உணர்த்திக் காட்டுகிறது. ஓய்வு பெற உன்பால் வருவேன். ஓசை முழக்கத்தால் உள்ளத்தைத் தாலாட்டுவாய். தூங்காப் பெருங்கடலே! தூய்மை நிறை நம் சந்திப்பில் சிறு தொய்வு ஏற்பட்டு விட்டது. ஆனாலும் கடலே! என் மட லுக்குப் பதில் எழுது.

"உழைக்கும் பாட்டாளி - உயரும் முதலாளி - உண்மை நவில் அறிஞன்- உயர்பண் தரும் கவிஞன்- சிற்பி - சித்திரக் காரன் - சிந்தனையாளன் - எல்லோருக்குமே ஓய்வு உண்டு. உனக்கு ஓய்வே கிடையாதே ஏன்? 'ஓயாமல் உழைக்கிறேன் பார்' என்று உடல் வளையா சோம்பேறிகட்கு சொல்லிக் காட்டுகிறாயா?" என்று முன்பெல்லாம் கேட்பேனே; அதைக் கேட்பேன் என்று எண்ணுகிறாயா? இல்லை; இல்லை.

கற்கண்டுக் கையால் கஞ்சியைத் துழாவித் தந்து, அதைவிட இனிப்பான முத்தம் தந்து, காலையிலே கட்டுமரத்தில்

வழியனுப்பி வைக்கப் பட்ட காதலன்- கதிரவன் சென்றும் வரக்காணேனே என்று கண் சோர, கால் சோர, குடிசையின் வாசலிலே எதிர்பார்த்து ஏங்கித்தவிக்கும் ஏந் திழையாள், உன்னை நம்பி வாழும் குடும்பத்தின் இளஞ்சிட்டு, சிங்காரச் "செம் படச்சி " அவள் அயர்ந்து போகாமல், இடிந்து மாளாமல், அவள் கணவனை அன்றாடம் உன் நீலமணித் தோள்களிலே தூக்கி வருகிறாயா? என்று கேட்பேனே அதைத்தான் கேட்கப் போகிறேன் என்று கருதுகிறாயா? இல்லை-இல்லை.

கடல் மாதா காப்பாற்றுவாள் என்று நம்பி ஓரத்திலே முளைத்திருக்கும் ஓலைக் குடிசைகளைத் தூக்கி எறிகிறாயே ; தொழிலாளிகள் என்றால் உனக்குமா துரோக புத்தி என்று கேட்டிருக்கிறேன் - பல முறை கேட்டிருக்கிறேன் - அதையல்ல இப்போது கேட்கப்போவது!

முத்துப் பெருங்குளமே!

சிறைச்சாலையிலே, என் சிந்தனை அலைச்சலிலே, அன்றொருநாள் நீ செய்த அட்டூழியம் தலைகாட்டி மறைந்தது. கவின் நிறை நகராம் - தமிழரின் செல்வப் பூங்கா - காவிரிப்பூம்பட்டினத்தை அலைக் கரம் நீட்டி அழித்துப் போட்டாயாம்! ஏன் அந்த அநியாயம் புரிந்தாய் என்று கேட்கவில்லை. அதற்காக வழக்குத் தொடரவும் போவதில்லை.

ஆனால் கடலே! எம் செல்வத் திரு நகரின் செழிப்பை அழித்தனையே! அது போல் பொல்லாத வடநாட்டுச் சின்னத்தை அழித்திடத்தான் துள்ளாதோ கல்லக்குடியில், உன் கரம்!

மடலுக்குப் பதில் எழுது!
இல்லையேல் மௌனமாய் இரு !

இரண்டுமே உன்னால் முடியாத காரியம்

விண்மீன்

வர்ணனை

முழு நிலவாம் வைரக்கட்டி, முகில் குன்றில் மோதுண்டு சிதறிவிட்ட ஒளித் துண்டோ தாரகையே நீ தான்! பாய்ந் தெழுந்த மின்னலின் படைப்போ ! சாய்ந்துவிட்ட மணி முடியின் மாணிக்கச் சிதறலோ! வேய்ந்துவிட்டான் வானக் கூறையெல்லாம் இயற்கைக் கொத்தன் இரத்தினத்தின் முத்துக்களால்! மண வாளன் வரவு பார்க்கும் நிலவு மங்கை, வான மஞ்சத்தில் பரப்பிவிட்ட மலர்க் குழுவோ நீங்கள் எல்லாம்!

போட்டி

கான மயிலாடக் கண்டிருந்த வான் கோழி, தானுமதுவாகப் பாவித்துத் தானுந் தன் பொல்லாச் சிறகை விரித்தாடுங் காட்சி கண்டேன் - அதுபோல் - பொன் கடையில் புது நீலப்பட்டினிலே பரப்பி யுள்ள வைரமென - விண்ணிடையே கண் சிமிட்டும் உமைக்கண்டு, மின் மினியாம் ஒரு பூச்சி மரக்கிளையில் மாநாடு கூட்டும்.

பூச்சி இனம் - பறவை இனம் மட்டும் இந்தப் புதுப் போட்டி நடத்தவில்லை. சீச்சீ! மனிதர்களும் சில பேர்கள் அய் யகோ! அப்படித்தான் ஆகிவிட்டார்!

மந்திகையில் மலர்மாலை" என்னும் கருத்து நிறை அடுக்குச் சொல் கற்கண்டு. அறிஞர் தரும் பூச்செண்டு. அது கண்டு, எமக்குந்தான் தெரியாதோ தமிழை அடுக்க எனச் சொல்லி, சில பேர்கள், 'அ' வினிலே ஆயிரத்தை அடுக்கிவைத்து, 'க' வினையே நாகடுக்கத்தேடி, என்ன சொன்னோம் என்பதையே மறந்து-மின் மினியாய்ப் பறக்கின்றார் விண் மீன்கள் முன்னே!

ஓவியமும், காவியமும், உரைநடை யும், இசையுங் கூத்தும், இன்னும் பல தாரகைகாள், உம் போலத் தமிழினிலே இருக்கையிலே, அவைகட்குப் போட்டி யாக அவனியிலே மின்மினிகள் பறப்பது வும் இயற்கை தானோ? எழில் மனையில் விழுகின்ற தீராத இழவுதானோ!

பறை சாற்று

'வான்' என்ற அடை மொழியால் - கோழி - வண்ணக் கலாப மயில் ஆவதில்லை. 'மின் மினி'ப் பெயரால் பூச்சிகளும் விண்ணின் ஒளிப்பூக்கள் ஆவதில்லை! மனிதர்களும் இதைக் கற்க வேண்டுமென்றே பறைசாற்று மஞ்சள் ஒளி முத்தே! மாணிக்க மலர்க்கொத்தே!

வால் நட்சத்திரம்

மணி விளக்கின் சுடரே! முடிவாக ஒன்று சொல்வேன் - திகழும் உன் ஒளிப் புகழை திக்கெட்டும் பாடுகிறோம். ஆனால்- திடுமென ஓர் நாள் உங்களில் ஒருவர்க்கு ஓர் முழவால் தான் தான் முளைத்திடுமாம் அய்யோ ! பின்னர்- நட்சத்திரம்' எனப் புகழ்ந்த இப்பெருவையம், 'வால்

நட்சத்திரம்' என இகழும். மனிதரிலும் - புகழ் வளர்ந்த சில பெரியோர்க்கு இந்தம் பொல்லாத வியாதி உண்டு.

முடிவு

முகில் மாடத்து அகல் விளக்கே! முழு மதியம் தருநிழலில் தருநிழலில் இறைந்து கிடக்கும் மகிழ மலர்காள்! வான் சொரி யும் தங்க ஒளி மழையே! பொன்பூவே! விண்மீனே!

நீ பூமி காணும் ஓவியம்.
புதுக் கற்பனை தரும் காவியம்.

ஆறு

அழகி

நதியே! நடனப்பெண்ணே ! ஆட்டக் காரியின் அபிநயக்கரம் போல நெளிந் திடும் உன் அழகே அழகு. பெருகி வரும் நுரை வெள்ளமே! உருகிவரும் வெள்ளி ஒளியும் உனக்கீடாமோ! பண்ணமைக்கும் சிலம்பு நிகர் ஒலியும், வண்ணமெலாம் கூட்டி வரும் நடையும், உழவர் எண்ண மெலாம் களிப்பு செய்யும் உருவும் பொருந்திய பொன்னி மாதரசி! வாழி நீ வாழி!

காதலி

காதற் பெண்ணே ! காவிரிக்கண்ணே! சிவப்பு தவழ் பவள இதழ் நங்காய்! உவப்பு நிறை காதலினால் மண்ணழகன் வாயில், நீ உமிழ்ந்துவிட்ட தாம்பூலந் தான் வண்டலெனும் பொருளோ !

அன்னை

முற்றாத மழலைகளை வற்றாத கைநீட்டி வளர்த்திடும் தாயே! அன்புக் கரத்தின் அணைப்பினால்- ஆணிப்பொன்மேனி அசைந்தாட, மாணிக்கப்பல் காட்டி சிரிக் கும் செந்நெற் குழவிகளைப் பார்த்திடு வாய்! இயற்கை இன்பம் சேர்த்திடுவாய்! அருமைத்தாயே! ஆற்றுமாதர! தெரிந்தோ தெரியாமலோ தீய களைகளுக்கும் பாலூட்டுகின்றாய்- இப்பிழையை உந்தன் திராவிட மாதாவிடம் கற்ற னையோ!

தொட்டிற் பழக்கமோ; அல்லது உன்னிடந்தான் அந்தத் தூயவளும் கற்றனளோ!

அரசு

நன்மைகளைக் கொலு வைத்துக் குதூகலம் அடைவதிலே உனக்கு நிகர் யாருளர்? மஞ்சள் மணிக்கதிர் உன் மடி யில் படுத்தே தலை நீட்டுகிறது, கரும்பின் கால்நனைத்து அதன் கணுவெல்லாம் சுவை யேற்றுகிறாய், வாழை-மா- பலா- இன்னும் வாழ்வுக்குத் தேவையெல்லாம் உன் கை பட்டே கருத்தரிக்கின்றன. பொது நலம் காணவே உழைத்திடும் உன்னை ஓர் அரசுக்குச் சமானமென்பேன்! நாட்டுக்குள் புகுந்து நலம் பாடும் நீ யோர் நல்லரசு!

கடமை புரிந்தபடி கடல் நோக்கிச் செல் லும் நதியரசே ! கடலை, நீ தான் சென்று நிரப்புகிறாய் என்று மட்டும் நினைத்து விடாதே! அப்படித்தான் இந்த வையகத்தில் அரசுபுரிவோர் நினைத்து விடுகிறார்கள். சமுத்திரத்து நீர் முகிலாக மாறியதால் நீ சந்தன வண்ண ஆறாக ஓடுகிறாய்! ஆறு போல்தான் அரசு! ஜன சமுத்திரத்தின் படைப்பு! நிலைகெட்டு ஓடினால் அணை போட்டுத்தடுப்பர், நதியே உன்னை!

நாடாளும் அரசுக்கும் அக்கதிதான் !
ஓடும்போதே, இந்தப் பாடம் சொல்லி,
வாழ்ந்திடு நதியே! வாழ்ந்திடு! நதியே !

வாழிய வைகறை

வைகறையே! வா! என் வாழ்த்துக் களை ஏற்றுக்கொண்டு போ! அடடா! வாழ்த்து என்றதும் இப்படி ஓடி வரு கிறாயே அட புகழ்தேடி! முதலில் வசவு - பின் தான் வாழ்த்து! ஆமாம் சேவலையும் எழுப்பிவிட்டாய் - செங் கதிரையும் எழுப்பிவிட்டாய் - இரண்டுக்கு மிடையிலே, உழைப்பாளி வீட்டின் கதவை ஏனப்பா அவ்வளவு அவசரமாகத் தட்டுகிறாய்? இரவெல்லாம் உடல் வலியால் மண் தரையில் உருண்டு, கடைசியில் அந்தக் களைப்பில் கண் மூடிக்கிடக்கிறானே தவிர; உறங்கிக் கொண்டிருக்கிறான் என்றா எண்ணுகிறாய்!

ஏழை என்ற "இளக்காரம்" உனக்கும் ஏற்பட்டு விட்டதால் தானே - சோர்ந்து சுருண்டு கிடப்போரின் குடிசைக் கதவை அவ்வளவு பலமாகத் தட்டுகிறாய்.

மாளிகைகளின் படியேற உன்கால் நடுங்குகிறதோ - அன்றிக் கைதான் கத வைத் தொட்டிட அஞ்சுகிறதோ!

“ ஏழையே எழு ! எடு கலப்பையை" என்று எவ்வளவு அதிகாரமாய் அதட்டு கிறாய். என்றைக்காவது ஒருநாள் ; எழில் மாடத்தின் சாளரத்தின் வழியாகவாவது, 'நேரமாகிவிட்டது' என்று வீணை அதிர் வது போலவாவது விளம்பியிருக்கிறாயா?

ஏழையை நீ எழுப்பாத நாள் - அவன் இறந்துபோன நாள் தானே! பிணத்தை நீ எழுப்புவதில்லை. மாளிகையின் நடைப்பிணத்தையும் நீ எழுப்புவதில்லை.

புரிந்து கொண்டேன் உன் பொருள் பொதிந்த போக்கு! வைகறையே நீ வாழி !

தமிழே

உன்னை உளங்கவர் ஓவியமே! உற்சாகக் காவியமே! ஓடை நறு மலரே ! ஒளியுமிழ்ப் புது நிலவே! அன்பே! அழகே! அமுதே! உயிரே! இன்பமே! இனிய தென்றலே! பனியே! கனியே ! பசுந்தோகை மயிலே ! பழரசச் சுவையே! மரகத மணியே !'மாணிக்கச் சுடரே! மன்பதை விளக்கே! - என்றெல்லாம் அழைத்திடத் தோன்றுகிறது.

ஆனாலும் தமிழே! உன்னைத் 'தமிழே" என்று அழைப்பதிலே உள்ள இன்பம் வேறு எந்தச் சொல்லிலும் இல்லை யென்பேன்.

தமிழே நீ வாழ்ந்திடு!

★★★

9 788198 414038